Ở THÔN TRĂNG

Ở thôn Trăng

Tuyển thơ mùa thu

ĐỖ TRỌNG KHƠI

NHÀ XUẤT BẢN NHÂN ẢNH

Lời ngỏ

...Trong những khuya, ở một lần Thu nào đó, nằm nghe cơn heo may trở mình trên tán lá và nghe tiếng lá rụng tôi thường không ngủ được. Nhớ nhung, tiếc nuối tận lòng. Những chiếc lá rụng chớp lên những ánh vàng như cố thắp lại với trời đất màu sự sống. Đấy là cách hiến dâng, níu giữ nghĩa thế gian của bản thể vũ trụ này.

Tôi yêu mùa Thu lắm. Phải là Thu mang một vết thương sắc màu giống như kẻ trọng bệnh là tôi? Thu mong manh, quá đỗi mong manh. Nhưng sự minh bạch, quyết liệt của phẩm chất Thu cũng không gì sánh nổi. Mong manh bởi phía sau Thu là một chu kỳ tàn hoại. Cái làn hơi may thoảng nhẹ, ấy thế mà chạm lạnh vào đâu vật đó chuyển màu. Và cũng từ điểm "chuyển màu" này, sự minh bạch lộ mình. Mọi xanh non, đèo đẹn, sâu si có thể ẩn mình trong Xuân trong Hạ, chứ quyết không có chỗ trú nấp trong Thu. Chín thì cứ mọng thơm lên mà chín. Sự tàn rụng cũng thế, cứ vàng rực rỡ lên lần chót rồi mới chịu lìa cành. Tất cả rõ ràng. Và Thu còn chi phối, ám ảnh lòng người bởi một chân trời mù sương, che đường, rấp lối…

Con người cầm tình yêu cuộc sống đi trong Thu là cuộc đi trần. Không xiêm y mũ mão và phải có lửa lòng thắp làm ánh chiếu. Mỗi dặm đời đi qua đốt cháy một đoạn tình.

Lỡ tình tắt lửa xem như đời tắt sáng.

Bởi vậy mới cần đến những mối tình lớn, dồi dào nguyên liệu sống. Bởi vậy mới nuôi hy vọng về nghĩa trăm năm.

Thân thể trần gian nào cũng trong vòng sinh rồi hóa. Và "hóa" - hóa thân - chuyển hóa, là thứ ánh chớp vật liệu của điều thiêng, tình yêu nuôi được nỗi ấm nồng nhân thế. Là những gì còn sót lại cho hy vọng con người.

Đường trần trong quan niệm của riêng tôi là một đường Thu. Đường Thu vốn lạnh và buồn, nhờ thế con người mới biết nâng niu từng ý nghĩa của niềm vui sống.

Và vì thế chăng, tinh thần Thu, mỹ cảm Thu với hương thơm vị quả, với sắc vàng của ngàn lá, của những loài hoa cúc, hoa cải đông và của cả cái khí hậu với gió heo may, sương mờ lãng đãng nhuốm lạnh se lạnh sắt khắp cõi vàng trời đất…

Với tất cả những giá trị kỳ tuyệt, đặc sắc đó, Thu ngàn đời quyến rũ lòng người và đã hương lửa ái ân, thụ phấn với phần linh, phần hồn con người, để mà sinh nở ra một thứ trái hoa vô cùng đặc dị so với những trái hoa của thảo mộc bốn mùa, ấy là hoa trái Thơ ca, Nhạc, Họa. Đây chính là cái "tổ" - cho Nhân Gian lấy làm nơi cư trú!

Cho Con Người chỗ dựa đâu!

ĐTK

Thư ngỏ

Ngoài hơi thở đã hư không
ngoài cái đẹp đã bềnh bồng phù du…
nắng vàng đậu nhánh cây thu,
chiều tàn sương lạnh đã vừa ngàn năm.

Nét trăng thu

Một vài vạt nhỏ hoàng hôn
nửa dầm sương lạnh, nửa còn dong mây
mảnh trăng mỏng mảnh xanh gầy
phần treo đầu ngõ, phần bay cuối làng.

Thu 1991

Ở chùa

Cửa chùa quên dấu thời gian
mùa thu vẫn nức nở vàng trên cây
chổi tre chợt lỏng lòng tay
ni cô vun mảnh ngày gầy mé sân.

Khói sương

Ngang mày rừng rực chiều buông
đượm hồng vẻ mặt phố phường xa xôi
chiều nay thu nổi bời bời
u ơ phiến đá góc trời khói sương!

18/9/ Mậu Tý

Thu đêm

Heo may thoảng lén qua rèm cửa
lá tàn rơi lay lắt bên thềm…
nhẹ đến mơ hồ hồn trời đất
mà động lòng người thức trong đêm

Thu cảm

Nắng mỗi sớm mỗi mỏng
mây mỗi trưa mỗi trắng
sương mỗi chiều mỗi nặng

Gió mềm đưa hương mọng
chợt thèm dắt lá vàng
trốn vào thời gian thẳm...

Thăm đường

Cỏ thường một màu xanh
rêu hằng mang sắc xám

Núi càng cao càng lặng
sông càng sâu càng trầm

Thăm đường, hỏi cúc đồng
vàng rơi thu tuyệt vết.

Sắp thu

Sương mòn nắng, nắng mờ sương
trải ra khép lại tấc đường xóm thôn

Dòng sông cũng vậy, cánh đồng
khoảng không chậm lại ngoái trông khoảng ngày

Vời theo đôi làn mi dài,
trời còn chừng một sải tay, thu về...

9/1992

Mùa chuyển

Gió mùa lẫm thẫm trên tay
vườn cây vấn một đường may thật vàng

Thu cạn chén, Đông tàng tàng
thời gian nguyên vẻ cũ càng làng quê

Người đi lá ấy hoa kia
người về đầy cả bốn bề ngàn xưa.

Thu

Heo may, lại gió heo may
thu lại đến, cây lại thay lá vàng
năm ngoái thu cũng đã sang
năm xưa cũng đã xốn xang thu về

Thế rồi thu lại ra đi
thế rồi như một lời thề thủy chung
giờ đây thu đến bâng khuâng
một vùng trăng với mênh mông gió ngàn

Xòe tay tính đốt thời gian
kịp không hay đã muộn màng thu ơi
đêm trong như một làn hơi
như không gì cả mà bời bời thu...

Thu 1990

Thu sang

Đã tràn ngân nỗi mong manh
tiếng chim đẩy khoảng ngày xanh sang mùa

Vàng như tự nắng tự mưa
tự lòng đất tự trời xưa nhuốm về

Xanh lên đã kiệt sức hè
nắng nồng theo lối hồn ve lìa ngàn

Vườn chiều rộn lá thu sang
heo may ngậm mảnh trăng vàng rong chơi...

10/1993

Hư vô thảm thắc

Một giờ một thu một tôi
mấy mươi phút nữa đất trời hoà chung

Trăng lên chưa chạm đỉnh không
cỏ xanh chưa ngọn cuối cùng chưa thôi

Hư vô thảm thắc với tôi
thời gian càng nắm càng rơi dọc đường

Chiều giờ mắt lá môi sương
vàng lên vàng chạm nét vườn vàng xưa.

17/9/ Mậu Tý

Ánh trăng

Ơi ánh trăng non tươi, ánh trăng mỡ màu
vai mang đầy ánh trăng mà không thấy nặng
mắt chứa đầy ánh trăng mà không thấy chói
bến nước chẳng ngại e tràn dù muôn ánh trăng rơi.

Chẳng thể mòn đi, chẳng thể cỗi già
trăng mãi mãi non tươi sắc trẻ
đã bao mùa thu bên đàng bao cô bé,
lấy tà áo hứng trăng rồi đêm đêm
trong mộng khóc thầm.

1988

Ghi ở thôn Trăng

Chẳng làm gì khác hơn là im lặng
buổi chiều nay trăng sắp cất đi rồi
một đôi mắt một cặp môi vằng vặc
đành giấu bặt lời vào phăng phắc thôi.

Nước se lạnh dải đồng vàng lững thững
chim dỗ mùa bay lệch hướng sông trôi
một ít nắng rất nhiều trăng và gió
khói trắng dâng hồn quê kiểng ngang trời

Một buổi chiều đẹp đến không chịu nổi
mẹ gánh ngày đi sắp đặt tháng Mười.
người thôn nữ thôn Trăng chưa vết tuổi
có nụ cười như thể lộc mùa vui.

Đêm thu

Lá có vàng đêm thu nay không
tiếng chim đồng ăn đêm kêu sương
heo may bay chầm chậm trên đường

Trăng vẫn trăng vàng hơn trong thu
mây vẫn mây dẫu sương buông mờ
mùa đã sang lúa hương thơm tho

Người về đâu tuổi người trăm năm
mộng trần gian con đường xa xăm
người tìm người dấu chân vĩnh hằng.

Trong gió may lộng

Như tằm ăn rỗi bầu không
gió lăn thăn gió bềnh bồng mùa đi

Thời gian tựa gã tình si
trời à, nào biết có gì với nhau?

Lòng trời như li như lau
lòng người thoắt đã bợn màu ái ân

Như tằm ăn rỗi chiếc thân
rồi tơ vương tận tâm thần ngẩn ngơ.

thu 1993

Phiến đá sống

Mùa thu - đượm một màu môi
thầm thì nở những tiếng lời sắc hương

Mùa thu - nõn nuột tay sương
mỏng tờ cánh áo trùng dương tỏ mờ

Mùa thu - vóc nhạc hình thơ
cung bậc là máu, ngôn từ là xương

Ta - phiến đá sống bên đường
trái tim lặng lẽ thấm hương sắc mùa.

28/10/1998

Góc ngày thu

Xanh đương thăm thẳm là xanh
nắng khô nắng nỏ nằm khoanh góc vườn

Giọng chim vẽ một nẻo sương
dải trăng thắp một nét buồn tinh mơ

Không gian y một cảnh chùa
ngày lên thật mỏng, chuông khua lại rền

Thanh âm, màu sắc, ai têm
miếng trầu cánh phượng mướt mềm môi thu.

24/9/2001

Nét chiều tháng Mười

Sương mỏng
nắng mỏng
liêu diêu chiều bắc bàn cân

Trong nhà ngoài sân
có nắng mà không có sáng
nắng mỏng màu áo nàng dâu
may từ độ có cây cầu Ô Thước

Sương mang chiều miết vào da
lạnh thơm lên một ánh tà ngang hông.

Thu này

Chiều trở mình, cuối thu
đất ngưng ngơi u ơ
nước đôi bờ cóng cánh
chùa làng chuông thấm lạnh

Chưa dứt một lần mơ,
đông đã về đấy ư?
ngõ nhỏ còn xanh rêu
vườn lá vàng chưa hết

Chim mang ngày mê miết
sương quện trăng dao diết
nương sương trăng thao thiết
mây níu mây biền biệt

Mùa trùng trùng điệp điệp
chiều, dừng bên gốc cây
phận người chiếc áo mỏng,
mặc sao ấm thu này!

10/11/2018

Bài số II

Khi giọt sương đầu tiên chạm phải hơi ấm rơi
thì tiếng chim thổi qua vườn lon ton lót tót
hàng cây cỏ thở hơi thở dài mươn mướt
thấp thoáng tà heo may từ thân thể người bước ra

Sao heo may cứ lộng mãi trong một hình hài ấy
người bỏ ta đi đã mấy thu rồi
mắt ta giờ như hai chiếc lá rơi
trái tim lại đành cho thu vàng nhuộm khắp

Bàn tay không biết khóc mà như khóc
và cứ run run cởi chiếc áo mùa cho cái lạnh tìm sang.

Thiêm thiếp đêm

Gối chăn chia nửa giường sương
nửa thiêm thiếp đắp chân vườn góc thu

Trăng chênh chếch dáng cơn mơ
vàng thiêm thiếp rụng nửa bờ sông quê

Thiêm thiếp đêm nửa phần khuya
nửa theo bóng chữ a ê gọi người.

Chiều may lạnh

Nắng đi chừng đã hết chiều
thu mê mải giữa vàng liu riu vàng

Đi trên phố ngỡ gặp làng
thu đem may lạnh buộc ngang trăng liềm

Chợt tình thấy một điều thiêng
cùng kỳ cô quạnh tận miền cô thôn

Chợt lòng thấy một núi non
cho người thêm hiểu cái chon von người

May mang thu xuống từ trời
người đem thu tự đỉnh lời bước lên...

Rằm tháng Bảy/Giáp Thân

Nhớ quê

Hè rào kín giậu rồi, Thu
bông cà bông cải cầm tù trời xanh

Sông quê con nước quanh quanh
nhành lau nhánh cỏ chợt xanh chợt vàng

Mảnh mai mày xóm my làng
tình xưa Cấn Chấn ngó sang Khôn Đoài*

*

Ai còn tôi, tôi còn ai
trời kia đất nọ ở ngoài tóc tơ

Con người tự bấy đến giờ
miên mang kỳ dị bơ trơ con người

Thu này thu nữa... ngùn trôi
nhớ quê khi đứng lúc ngồi ngàn năm.

Sáng lập đông, 14/10/Nhâm Dần

(*) Cấn, Chấn, Khôn, Đoài trong bát quái, Kinh Dịch.

Đá cũng heo may

Sương sương gió gió mây mây
người đi cây lá cũng thay sắc cùng
màu đêm treo lạnh nhành không
sắc ngày thấm thía tận ngồng cải mưa

Người phai thu đã bao mùa
cành sương cánh gió a dua đầm dề
bông lài bông lý ven quê
bờ rào bờ giậu rầm rì kể mơ

Đêm lên chót đỉnh i tờ
ngày sang tháng đón năm đưa theo bầy
thu qua chiếc lá thật gầy
người đi đá cũng heo may tuổi tình!

10/9/1998

Chơi câu

Trời vào tiết cuối thu, ta ngồi câu bên ao, dưới một gốc cây già, màu lá thu đã nhuộm vàng mặt nước.

Mặt nước ao sóng sánh đong đưa đong đưa. Nước vô cảm, biết gì về màu ly biệt của cây lá!

Chiếc phao câu lặng im như một cách chết nổi. Đôi mắt ta còn lặng hơn thế!

Đàn cá giấu mình ở nơi nào trong ao nước kia? Đàn cá ở chỗ nào, tâm hồn ta chìm theo chỗ ấy.

Hồn ta! Hồn ta - thứ phao câu chìm khuất. Một thứ phao câu của cuộc chơi vô tăm tích cõi người!

Mùa thu

Mùa thu
như người phụ nữ có nhan sắc lộng lẫy
                                        đang vào độ nhạt phai
người phụ nữ ấy bước vào phòng tôi
lay chiếc chao đèn bằng làn hơi lạnh
phủ lên thân thể tôi một làn hơi lạnh
và phủ vào hồn tôi những tia vàng sáng mỏng manh…

Tôi mang làn hơi lạnh
tôi mang những tia vàng sáng mỏng manh
đi về phía trời sương mờ như một cây đèn
cây đèn khi sáng lúc tối
tùy thuộc vào một sự ám ảnh không gọi được thành tên

Mùa thu ơi, mùa thu
tôi đi - tôi đi như cây đèn về phía sương mờ…

thu 1993

Nhớ

Mưa may gió may về
cây hàng run lẩy bẩy
trời Bắc ưa sắc cây
trời Nam tình lưu lấy

Tuổi mùa theo tháng năm
tóc bạc dày theo đấy
đường cứ dài nối dài
ngõ quê se sắt lại

Này gió may gió may
vàng phơi bày trời Bắc
không gian dựa thời gian
gió may bay dằng dặc

Mượn ngọn may thắp sắc
ủ hương cho tóc dài
cột sương buông bện lại
lá vàng đừng nguôi phai!

12/11/2001

Thu đang cuối

Mây trắng đã trắng lắm
cây cũng nguôi vàng rồi
gió lím hương, sương lịm
Thu, lưng trời khơi lơi

Ấy là Đông đang tới
đồng, vườn, sông vội vội
tóc người đầy heo may
nắng vương trăng vấn lại

Ngõ cũ rêu xanh gầy
đêm phong lại dấu ngày
chợt xem dòng năm tháng
đầy chưa vừa chít tay!

24/8/2001

Không đề mùa thu

Trong cái vĩnh hằng anh không biết yêu gì
hiện thực thì anh yêu từng sắc lá
như chiếc lá vàng kia mang mùa thu cho anh

Chiếc lá vàng và bông hoa cúc
cho anh được rất nhiều hiện thực
cái vĩnh hằng lưu ở đó không em?

Nếu cái vĩnh hằng ở trong bông hoa cúc
thì em ạ, tâm hồn anh nở rực
một không gian nhón gót dạo trong hồn.

Ngày / giờ

Nếu mùa không có mùa thu
màu xanh chắc vẫn cầm tù ngàn cây
ngày giờ lỏng một chít tay
vàng lên mấy đốt, hạ gầy vài phân.

Thu đi

Đêm qua trăng dời bờ tre
tầm tầm gió động, sương se ngọn rào
thu đi đi tự lúc nào
sáng ra mấy hạt nắng đào trơ vơ...

thu 1991

MÀU THU

Hơi may cài lạnh nhành thu
vàng phơi từng độ từng giờ phong quang
lá lay giậu rẽ vườn sang
vườn bay mút mát lan man là vườn.

trưa 11/9 Mậu Tý

Cuối thu

Chim đã tiếng sắc tiếng màu
sớm xeo xắt sớm, chiều heo hút chiều
bờ ao con nước liu riu
dăm ba cánh lá thả điều hư không.

23/10/Bính Tý

Gặp sắc hoa mai trong áng thu này

Con thạch sùng ăn nắng
dọc bức tường heo may
ngỡ một sắc mai trong đáy nắng
vàng thơm lên lộng lẫy chót thu này.

Tiết trọng thu

Ồ, bông hoa cải và bông cúc nữa
đã về kia bên đồng, ven giậu
nhẩy ùm tùm,
    hai cái,
        xuống mùa thu
làm sánh vàng mê vàng mẩn đám ao hồ.

11/9/ Mậu Tý

Phố chiều thu

Phố nghiêng nghiêng bóng buông lơi
ngã vào vòng xiết của trời hoàng hôn
ô kìa, ở phía bên đường
cây thu trổ chiếc là non lên chiều.

Lòng tôi đã lắm phong rêu
sao thu còn cũng nói điều non xanh
sao chiều chẳng đổ ánh nhanh
sao người mắt cứ long lanh thế người

Tôi mong manh cả tiếng cười
ước thành đá tảng sống đời lặng im
nhưng con trong ngực con tim
còn dòng lệ - nẻo đường thiêng của người!

Hơi thu níu mỗi buồn vui
lòng nương theo gió gặp trời hoàng hôn
xiêu xiêu ở phía cuối đường
tóc dài ai thả để sương theo về…

Một chiều Hà Nội

Một chiều Hà Nội cùng tôi
nhớ nhung quay quắt những thời vua xưa...

Nõn trời mây trắng nguyên sơ
đất trời hương sắc... ngỡ chưa bao đời
không em.Hà Nội riêng tôi
già như cây sấu tự thời Thăng Long

Một chiều Hồ Gươm biếc trong
có con rùa đánh đắm lòng trời cao
có một người một ước ao
ước rùa mở cửa cho vào Đông Kinh

Chốn văn vật, cõi tâm linh
em hay dáng nước non mình trẻ trung
sương thu giăng thực mắc không
Hồ Tây chiều ấy chẳng trông thấy bờ

Sương cột tôi, sương buộc thơ
rét run phía phủ Tây Hồ vì sương
chuông chùa Trấn Quốc còn buông
cứ mong mỏng thả tiếng vương gót chiều

Liễu trăm tuổi chợt tập yêu
lấy xanh tơ bẫy tiếng kêu sâm cầm
người bạc tóc chợt lặng câm
đặt lời thương nép âm thầm bóng cây

Một chiều Hà nội cầm tay
đi loanh quanh hết ánh ngày thì thôi...

thu Canh Thìn - 2000

Trong vườn thu

Hoa rơi lá rụng… vườn nhà
màu cây như cũng phôi pha sắc ngày

Nhành thu cong một nét gày,
mắt thu díu díu cay cay nồng nồng

Hỏi thu còn nhớ cây không
hỏi cây có nhớ người trồng, đã xa

Khuôn vườn, con ngõ, căn nhà
Mẹ đi nay nữa là ba thu rồi

Nhặt ngày von lá xếp chơi
lá dời một tấc thu cời một gang!

Thu Giáp Thìn - 2024

Cỏ và sương

Sinh một đêm sống một đêm
day dưa ngọn cỏ dụ êm đất lành

Giọt tàng tụ, giọt rơi nhanh
còn thì bé bỏng tan thành ngàn muôn

Những khi cỏ rả u buồn
ngược đường nắng quái gọi sương ơ hờ

Bây giờ hè đã vào thu
cỏ xưa còn dấu sương mù xưa không.

Rượu cay

Mỏng mang, mỏng mảnh nắng vương
dáng heo may chợt qua vườn mỏng manh

Thất thần, thoảng thốt, thất thanh
vút qua chim đỡ khoảng xanh ngắt ngày

Và ta rượu ngất ngư cay
bóng em đâu đấy thật dày xót thương

Chiều gió may lạnh
15/10/2000

Thu nửa trời thu

Còn đây thu nửa trời thu
với rười rượi nắng mây ru đằm đằm
lá dâng dòng sắc tháng năm
chân làng bó lại trước hàng lá thu

Vẫn đây thu một nửa mùa
nửa theo chim bướm di cư miền nào
chật đầy cổng trước ngõ sau
hoàng hôn như lẫn trong màu lá thu

Xót ngày xưa, đoạn ngây thơ
nửa chăn nửa chiếu chẳng ngờ chiêm bao.

22/8/1995

Còn chữ trăm năm

Ta cầm một chữ trăm năm
tìm em ở ngõ thu vàng chiều nay
nền trời không gió cũng lay
người vừa thoáng gặp đã say đắm lòng

Hỏi thăm, em còn không không
em rằng, một mớ ba đồng trầu cay
thu rơi vàng cả đôi tay
thoắt nhìn thu đã khuất ngày ca dao

Trăm năm giá ngỏ là bao
xin em cho biết giá nào trăm năm
đợi em ở ngõ thu vàng
con tim côi cút lạc sang ngõ ngoài.

7/9/2005

Bước chân thu

Nỗi nhớ đặt tên vào khoảng trời sương mọng
cùng một giọng chim trầm đục
khoảng âm thanh đó khiến lòng ta bị giam cầm

Người ngự trong khoảng trời đó ư ?
hãy bước ra: chân phải đặt vào sương mọng,
chân trái đặt lên tiếng chim trầm đục…

Ở dưới bước người mùa thu sẽ ca vang
rằng thu rụng người cho ta cái chết vàng.

Thu mong manh

Chỉ một tiếng động nhỏ
là tan mất hơi thu
xin người, nếu mở cửa
nhớ nhẹ nhàng như chưa...

Cứ mặc tôi với thu
hai đứa - im nín thít
cõi hồn và da thịt
đang tan đi từng giờ

Không phải trong cơn mơ
chẳng phải đâu hiện thực
đừng nhìn, nói, ao ước...
đừng gắng tìm hiểu thu.

Tôi cũng hiểu gì đâu
chỉ lắng vào khăng khít
phút nữa thôi, tôi biết
hình hài tôi, như thừa.

Hồn tôi đang nức nở
yêu, yêu chửa bao giờ
khi sừng sững núi dựng
khi nhỏ còn tóc tơ.

Xin người nếu mở cửa
hãy nhẹ nhàng, nhớ chưa…

Cái đẹp mong mang

Mùa thu đang thở từng hơi thở
những khí vàng và dao dát lá vàng
đất mỏng nhẹ, và trời mỏng nhẹ
ẩm dịu, nhẹ buồn, khe khẽ sang

Ở đâu đó, cuối nhành thu vàng đượm
cuộc hoá thân - trở lại - rực vàng
cái chu trình nhẹ như hơi thở
như trẻ dung dăng cuối xóm đầu làng

Trong thu tôi thấy mình rực rỡ
và thấy tôi khe khẽ lụi tàn
như cách lá lụi tàn rất đẹp
thu đó mà, cái đẹp mong mang!

3/9/2002

Hạ huyền... Thu

Có dấu trăng muôn tuổi
lội xuống bầu hư không
bùn mây sanh sánh sắc
mùi trăng thơm vô cùng

Có vết người ngàn tuổi
mang trăng ngập tấm lòng
dấu buồn văn vắt sáng
mùi sương vương hương nồng

Có dấu trăng muôn tuổi
mùi trăng thơm vô cùng
đêm này tình mới một
trời thì đầy cái không.

Đêm 28/8/2021

Thu lên

Với anh chị Trung - Dứa

Những tiếng chim bưng hết cửa ra vào
màu với sắc cứ cời lên nưng nức
muốn hát một câu mà không hát được
thu đơm lời vàng nhức làn môi

Trần Lãm phố phường chừa một góc tôi
thiên nhiên tấp lên dầy ngang mặt
cái nắng đi tròn, ngọn gió xiên ngang
mùa xoay vần ngày ở hướng Tây Nam

Ở đâu thu màu sắc cũng vàng
một chút làng thấm lòng xa xứ
trời đất thì không hề tư lự
nồng nã mà cơi sắc mùa lên

Tiếng chim cùng sắc màu bưng hết cửa thiên nhiên
mới hiểu cách cầm giam của cái đẹp!
đọn tóc bạc chấm về phương giá rét
xa kia làng, đâu đó cũng mùa thu.

Thu 2002

Chiếc lá

Chiếc lá mang mùa thu rơi xuống lòng tay
nó đóng đinh vĩnh hằng lại bằng hiện thực lúc này
và đã trở thành một phong thư phát sắc
trong thùng thư không kỳ hạn tháng ngày

Chiếc lá rơi cho hồn thơ tỉnh giấc
xứ vĩnh hằng như ở lòng tay.

Mai đông

Cất rồi con mắt mùa thu
từ khi em với sương mù về xa

Với tay thì chạm bao la
gặp cánh cò trắng như là ngàn xưa

Mai đông cho đủ bốn mùa
đủ đầy một cữ gió mưa xứ này

Ta đi đến đọn tóc gầy
gặp ngày ở đỉnh đọn cây rực vàng.

2/11/1992

Sông thu

Theo tình cây cỏ mà sang
cầm câu tới *động hoa vàng* tìm thu
bây giờ cũng thế bao giờ
vàng mênh mang đến nghi ngờ vàng thôi

Sông thu không lở không bồi
ba tháng tuổi, chỉ vậy trôi, rồi tàn
tình thu ai bảo mỏng mang
để ta theo mấy thuở làng chưa qua

Bây giờ cũng thể bao xa
xù xì những cội cây già a ê
lá thôi xanh tự tận khi
sắc mầu cũ kỹ kù kỳ nhuộm sang

Với tay ngắt bóng lá vàng
nghe sâu thẳm tiếng dương gian gẫy cành
giật mình thức giữa mong manh
hồn hương bóng sắc mà thành thu ư.

8/10/1996

Cầm thu

Trời đã thấp, đấtđã cao
nắng đã mỏng, trăng đã hao sắc rồi

Kết mùa ngậm bóng hoa - rơi
mà theo hoa rụng về thời thơ sinh

Mà về thăm thẳm tâm linh
lặng nghe tĩnh vắng xoá hình dáng ta

Mà về hoá giữa dư ba
trùng trùng sương lá mùa sa kín lòng

Thân một bến, tâm một dòng
một bầu nửa thực nửa không, thu bày

Năm đơm đã chín trái ngày
cầm thu chói rực bàn tay cội cành.

thu 2000

Bây giờ trời cuối

Tôi cộng tôi để bằng tôi
để chia men rượu tiếp lời líu lô
trời chưa dứt một lần mơ
tôi thì chốc đã già nua mất rồi

Bao năm nước chảy bèo trôi
một xa một khuất tận nơi ngọn nguồn
một vui đổi mấy mươi buồn
mà đắp đậy nghĩa giá gương ở đời

Một mai tôi khuất tôi rồi
ai thay tôi để làm người giống tôi
trăm buồn chưa đổi một vui
trăm vui đổi lấy cái cười ngu ngơ...

Bây giờ trời cuối một thu
gió như ngàn lưỡi gươm mờ trong sương.*

16/10/2007

(*) Ý thơ Xuân Đam.

Du ca

Lấy bớt của chiều một khoảng nắng vàng
một khoảng nhỏ xinh vừa bằng đôi mắt

Đâu đó trong rừng đười ươi ngửa mặt
nó nhìn chân trời nhạo sự mênh mang

Lấy bớt của thu một loài hoa vàng
loài hoa nhỏ xinh vừa bằng cúc áo

Đâu đó chân trời nhấp nhô giông bão
cúc áo hoa cài kín vạt bão giông

Lấy bớt của đời một quãng đời không
tặng cho khoảng rỗng của cái chuông đồng

Đâu đó một ngày tính không vang động
gió xây mộng buồm lại những bến sông.

Lập đông

Mây trắng giăng dài ngàn dặm
trời xanh tiếp đến vô cùng
chợt tiếng chim đồng thấp giọng
gió vàng buông chùng rẻo sông

Dăm hôm nữa tiết lập đông
hai mùa một niềm da diết
hàng cây rộm màu chia biệt
chiếc lá biếc lên ngập ngừng

Sắc màu sắp trở vào không
quên đi vẽ vời ham muốn
buồn vui ướm hỏi con sông
sao nước cứ trôi cuồn cuộn?

Mây trắng - trời xanh - lá vàng
ngọt trong tiếng chim cảm thán
ngày mai ngày mai ngày mai
ai còn thấy ai làm bạn?

Phụ lục

Từ chiếc giường bệnh, mùa thu vẫn ngân lên

TÔ VĂN TRƯỜNG

Mùa thu từ ngàn đời đã trở thành nguồn cảm hứng bất tận của thi ca. Từ cái chớm lạnh của gió heo may đến làn mây trắng thong dong, từ vòm trời xanh biêng biếc đến những tán cây nhuộm vàng, tất cả đều gợi ra một bức tranh giàu nhạc điệu. Thu không rực rỡ như hạ, không ảm đạm như đông, cũng không mơn mởn như xuân. Thu là sự dung hòa: lắng lại mà không tắt, phai phôi mà vẫn rực rỡ, buồn mà vẫn đẹp. Bởi vậy, mùa thu thường khiến con người ta vừa rung động trước vẻ đẹp, vừa bâng khuâng trước dự cảm rơi rụng.

Trong mạch cảm xúc ấy, tôi nhận được tin nhắn của nhà thơ nằm Đỗ Trọng Khơi người con của quê lúa - một người bạn đặc biệt. Anh là con trai liệt sĩ, am hiểu kinh dịch, tướng số, yêu thơ văn từ nhỏ nhưng số phận lại buộc phải nằm suốt nhiều năm trên giường bệnh. Thế nhưng từ chiếc giường ấy, với chiếc máy tính làm bạn đồng hành, anh vẫn viết, vẫn gõ từng con chữ bằng nghị lực hiếm có.

Tin nhắn gửi tôi vỏn vẹn: "Mời bác thưởng thức thơ mùa thu của em." Đọc xong, ba bài thơ , tôi dâng trào xúc động. Đằng sau những câu thơ kia không chỉ là cảnh thu, mà còn là sự dấn thân vào đời sống tinh thần, là nỗ lực làm cho cái đẹp không chịu đầu hàng bệnh tật.

Mùa thu trong thi ca - mạch nguồn chung

Trước khi đi vào thơ Đỗ Trọng Khơi cũng cần nhớ rằng mùa thu vốn có vị trí đặc biệt trong thơ ca Việt Nam. Nguyễn Khuyến từng có chùm thơ Thu bất hủ: "Ao thu lạnh lẽo nước trong veo / Một chiếc thuyền câu bé tẻo teo". Hàn Mạc Tử lại xem thu là nơi bộc lộ khao khát sống: "Nắng hàng cau nắng mới lên / Vườn ai mướt quá xanh như ngọc." Một trong những câu thơ rất tiêu biểu về mùa Thu của Xuân Diệu:

"Rặng liễu đìu hiu đứng chịu tang/ Tóc buồn buông xuống lệ ngàn hàng." Hai câu thơ này được coi như một trong những bức tranh Thu giàu nhạc điệu và cảm xúc nhất trong thơ Xuân Diệu, thể hiện nỗi buồn man mác, tình tứ, đầy chất lãng mạn phương Tây mà vẫn đậm hồn Việt. Từ Keats với "Ode to Autumn"cho đến Rilke với "Herbsttag" (Ngày thu), đâu đâu cũng thấy mùa thu đồng hành với nỗi niềm nhân sinh.

Trong dòng chảy ấy, thơ Đỗ Trọng Khơi tiếp tục gợi mở một cách nhìn riêng. Nếu Nguyễn Khuyến nhìn thu bằng mắt quê, Xuân Diệu nhìn thu bằng con tim si tình, thì Đỗ Trọng Khơi nhìn thu bằng đôi mắt của một người bệnh đang đối diện hữu hạn. Vì thế, thu của anh vừa thân thuộc vừa xa xăm; vừa là cảnh sắc cụ thể, vừa là tấm gương phản chiếu số phận con người.

"Ghi ở thôn Trăng" - thu của hồn quê và nỗi lặng im

Ngay từ nhan đề, bài thơ của Đỗ Trọng Khơi đã tạo ra một không gian mộng ảo. "Thôn Trăng" không chỉ là địa danh, mà còn như một miền ký ức, nơi ánh trăng thấm đẫm từng góc đời. Những câu mở đầu của nhà thơ cất lên như một tiếng thở dài:

"Chẳng làm gì khác hơn là im lặng
buổi chiều nay trăng sắp cất đi rồi..."

Im lặng ở đây không phải là sự trống rỗng, mà là một sự kiềm nén, giữ lại cái khoảnh khắc mong manh trước khi ánh trăng tan biến. Câu thơ tiếp nối:

"Một đôi mắt một cặp môi vằng vặc
đành giấu bặt lời vào phăng phắc thôi."

Hình ảnh "đôi mắt, cặp môi" như hiện ra từ một kỷ niệm yêu dấu, nhưng tất cả đều phải giấu vào "phăng phắc" - một từ mạnh, gợi cảm giác dứt khoát, khốc liệt.

Ở đây, tình riêng đã hòa vào sự trôi chảy của thiên nhiên.

Khổ thơ sau trải ra một bức tranh đồng quê:

"Nước se lạnh giải đồng vàng lững thững / chim dỗ mùa bay lệch hướng sông trôi." Cái "lững thững" của đồng vàng, cái "lệch hướng" của cánh chim đều gợi sự chông chênh. Và rồi, bức tranh khép lại bằng hình ảnh người mẹ gánh ngày, cô thôn nữ chưa vết tuổi:

"Một buổi chiều đẹp đến không chịu nổi
mẹ gánh ngày đi sắp đặt tháng Mười.
nàng thôn nữ thôn Trăng chưa vết tuổi
có nụ cười như thể lộc mùa vui..."

Cái đẹp ấy "không chịu nổi" - nghĩa là đẹp đến mức gây đau, bởi nó báo hiệu sự phai tàn.

Cảnh thu ở "thôn Trăng" không chỉ là bức tranh quê thanh khiết, mà còn là ẩn dụ cho cái đẹp mong manh của kiếp người.

"Đêm thu" - khúc trầm mặc của kiếp người

Nếu "Ghi ở thôn Trăng" thiên về tạo hình, thì "Đêm thu" của Đỗ Trọng Khơi lại đi sâu vào suy tưởng nhân sinh. Những câu thơ ngắn, dồn lại thành nhịp chậm, như tiếng thì thầm của người nằm bệnh giữa đêm:

"Lá có vàng đêm thu nay không

tiếng chim đồng ăn đêm kêu sương
heo may bay chầm chậm trên đường."

Một loạt câu hỏi không lời đáp. Thu hiện ra qua lá vàng, chim đồng, heo may - nhưng quan trọng hơn, qua sự mơ hồ của cảm nhận. Người viết dường như đang tự hỏi chính mình, rằng mùa có đổi thay, hay chỉ lòng người đang đổi thay?

Khổ sau mở ra cảnh trăng, mây, lúa - những dấu hiệu tròn đầy:

"Trăng vẫn trăng vàng hơn trong thu
mây vẫn mây dẫu sương buông mờ
mùa đã sang lúa hương thơm tho."

Thiên nhiên vẫn đủ đầy, nhưng con người thì ngậm ngùi:

"Người về đâu tuổi người trăm năm
mộng trần gian con đường xa xăm
người tìm người dấu chân vĩnh hằng."

Chỉ vài câu, mà mở ra cả một triết lý sống. Tác giả đối diện hữu hạn của tuổi người, và tìm kiếm "dấu chân vĩnh hằng" - dấu chân của thơ, của tình yêu, của sự để lại. Đọc đến đây, người ta thấy rõ: đêm thu không chỉ là thời khắc của thiên nhiên, mà là trường đoạn để con người chiêm nghiệm số phận.

"Lập đông" - ranh giới mong manh và nỗi loang rộng của thời gian

Ở "Lập đông", Đỗ Trọng Khơi cảm xúc không dừng lại ở nỗi buồn lá rụng, mà mở rộng sang dự cảm chia biệt:

"Dăm hôm nữa tiết lập đông
hai mùa một niềm da diết
hàng cây rộm màu chia biệt
chiếc lá biếc lên ngập ngừng."

Đông sắp tới, thu sắp qua, mọi vật như ngập ngừng trong chia tay. Cái "ngập ngừng" ấy cũng là tâm trạng của người viết - muốn giữ lại, nhưng biết không thể.

Cao trào là khổ cuối:

"Ngày mai ngày mai ngày mai
ai còn thấy ai làm bạn?"

Điệp từ "ngày mai" vừa vang vừa dồn, như tiếng gõ nhịp của định mệnh. Câu hỏi bật ra không chỉ cho riêng một người, mà cho tất cả chúng ta: ngày mai, ai còn bên ai, ai còn hiện hữu? Chính nhờ thế, bài thơ chạm đến tầng sâu phổ quát của nhân sinh.

Thơ - nghị lực vượt lên bệnh tật

Đọc cả ba bài thơ về mùa thu của Đỗ Trọng Khơi ta thấy một điểm chung: dù buồn, thơ vẫn đẹp; dù phai phôi, vẫn còn ánh sáng. Người viết từ chiếc giường bệnh nhưng hồn thơ thì không chịu bị giới hạn. Thơ trở thành cách để anh đối diện, để giữ sự sống tinh thần. Ở đây, có thể nhớ lại câu của Rilke: "Ai không có thơ ca, người ấy sống chưa đủ." Với Đỗ Trọng Khơi thơ không chỉ là bù đắp, mà còn là minh chứng: rằng trong hoàn cảnh nghiệt ngã nhất, con người vẫn có thể sáng tạo, vẫn ngân lên cùng vũ trụ.

Điều đó càng ý nghĩa hơn khi biết anh là con trai liệt sĩ. Người cha đã dâng hiến đời mình cho đất nước; người con, trong bệnh tật, vẫn cống hiến tiếng lòng mình cho thơ ca. Cả hai đều chung một mạch: không đầu hàng số phận, không im lặng trước thời cuộc.

Anh Khơi quý mến

Đọc ba bài thơ này, tôi không chỉ thấy mùa thu đẹp và buồn, mà còn thấy một tâm hồn kiên cường, một trái tim không đầu hàng số phận. Anh viết trong thế nằm, nhưng giọng thơ vẫn đứng thẳng. Anh yêu mùa thu, bởi thu cũng giống anh - mong manh mà bền bỉ, buồn nhưng vẫn gieo vào lòng người vẻ đẹp viên thành. Tôi tin rằng, chính thơ đã tiếp sức để anh sống với thời cuộc, sống cùng bạn bè, và sống với chính mình - trong sự hòa điệu của đất trời.

Và từ chiếc giường bệnh ấy, mùa thu của anh vẫn ngân lên - ngân mãi.

30/9/2025

TVT

Đỗ Trọng Khơi: Từ thân phận giới hạn đến cõi vô hạn thi ca

LÊ THỌ BÌNH

Thân thể bị giới hạn bởi bệnh tật từ thuở nhỏ, nhưng tâm hồn Đỗ Trọng Khơi chưa bao giờ chịu khuất phục. Nằm trên giường bệnh, ông mở ra một thế giới vô hạn bằng thơ ca. Trong những vần thơ mùa thu buồn đẹp, ta bắt gặp nghị lực sống phi thường cùng khát vọng tìm kiếm dấu chân vĩnh hằng của một thi sĩ hiếm có.

Có những cuộc gặp gỡ trên đời dường như được sắp đặt bởi nhân duyên. Tôi tình cờ quen biết Đỗ Trọng Khơi qua những dòng viết về sư Minh Tuệ. Từ sự đồng cảm ấy, tôi bước vào thế giới riêng của Khơi, nơi những câu chữ thấm đẫm tình người, tình đời, và đặc biệt là tình thu.

Đọc thơ Khơi, người ta không chỉ gặp một thi sĩ viết về lá vàng, trăng gió, heo may, mà còn bắt gặp một linh hồn đã trải qua bao thử thách, bệnh tật, nỗi đau thể xác, để rồi vẫn kiên định sống, viết và yêu. Cuộc đời anh chính là minh chứng cho một nghị lực phi thường: một cơ thể bị giới hạn, nhưng một tâm hồn thì không. Anh mở rộng thế giới của mình bằng văn chương, bằng mùa thu, bằng khát vọng sống dâng trào như trái chín cuối mùa.

Khơi vốn là một nhà thơ không xa lạ trong thi đàn. Nhưng khác với nhiều thi sĩ, anh đến với thơ trong một tình thế khắc nghiệt khi mang trên mình trọng bệnh, phần lớn đời sống gắn liền với giường bệnh, với đôi nạng gỗ, với hơi thở khó nhọc. Thế nhưng, từ "cõi giới hạn" ấy, anh đã mở ra "cõi vô hạn" của thi ca.

Thơ đối với Khơi không chỉ là nghệ thuật, mà còn là sự cứu rỗi. Viết, với anh, là cách để thở, để tồn tại, để khẳng định bản ngã. Vì thế, từng câu thơ của Khơi đều chứa đựng sức nặng tinh thần. Đằng sau những vần thơ buồn là một ý chí kiên định, không chịu khuất phục trước số phận.

Anh từng tự hỏi: "Tôi yêu mùa thu, phải vì thu có nét giống như người trọng bệnh là tôi?" Câu hỏi ấy vừa là lời tự thú, vừa là một triết lý nhân sinh. Mùa thu - mùa của lá rụng, của sự phai tàn, nhưng cũng là mùa của sắc vàng rực rỡ, của trái chín viên mãn. Phải chăng chính sự đồng điệu ấy khiến Khơi chọn mùa thu làm tri kỷ?

Trong chùm thơ về mùa thu của Đỗ Trọng Khơi, có lẽ "Ghi ở thôn Trăng" và "Đêm thu" để lại dư ba nhiều nhất.

"Ghi ở thôn Trăng" mở ra bằng sự im lặng: "Chẳng làm gì khác hơn là im lặng/ buổi chiều nay trăng sắp cất đi rồi". Cái im lặng ấy không phải hư vô, mà là sự lắng đọng trước một vẻ đẹp quá sức chịu đựng. Trăng, mắt, môi, những hình ảnh gợi tình yêu, đành giấu kín, bởi trong khoảnh khắc ấy, chỉ có thể lặng nhìn. Đẹp đến mức lời bất lực, chỉ còn im lặng.

Hình ảnh "một ít nắng rất nhiều trăng và gió / khói trắng dâng hồn quê kiểng ngang trời" mang đến cảm giác mênh mang, vừa thực vừa ảo. Mùa thu trong thơ Khơi không chỉ là cảnh sắc, mà là một không gian tâm linh, nơi mẹ gánh ngày đi, nơi thôn nữ nở nụ cười lộc mùa vui. Đó là mùa thu của quê hương, gắn với lao động, với con người, chứ không chỉ là phong cảnh hữu tình.

Trong khi đó, "Đêm thu" lại đi vào chiều sâu triết lý: "Người về đâu tuổi người trăm năm/ mộng trần gian con đường xa xăm/ người tìm người dấu chân vĩnh hằng". Ở đây, mùa thu trở thành ẩn dụ cho kiếp người. Lá vàng, trăng sáng, sương buông, tất cả đều gợi ra vòng tuần hoàn sinh, diệt. Giữa sự mong manh ấy, con người đi tìm "dấu chân vĩnh hằng", khát vọng vượt thoát hữu hạn, tìm ý nghĩa trong cõi vô cùng.

Cái buồn trong thơ Khơi không làm người ta bi lụy, mà khiến ta ngẫm ngợi. Đó là thứ buồn đẹp, buồn nâng đỡ, buồn để con người thấy mình nhỏ bé mà gắn bó hơn với đời sống.

Đọc thơ Khơi, tôi bỗng nhớ đến mùa thu vàng nước Nga, nơi nữ thi sĩ Onga Becgon (Olga Berggolts) đã để lại những vần thơ bất hủ. Bà là tiếng nói của Leningrad trong vòng vây khắc nghiệt, người đã biến thơ ca thành nguồn sức mạnh tinh thần. Giữa đạn bom, mùa thu vẫn hiện lên trong thơ bà như một chứng nhân của niềm tin.

Olga viết: "Mùa thu đã đến, mây như khói mỏng, / và trái tim tôi ấm áp lạ thường". Trong cái lạnh cắt da của chiến tranh, bà vẫn nhìn thấy một sự sưởi ấm từ sắc thu. Ở một câu khác, bà ghi lại: "Tôi sẽ nhớ mãi mùa thu vàng rực ấy, / khi thành phố chúng ta còn đứng hiên ngang". Mùa thu trong thơ Olga là biểu tượng của sự kiên cường, của cái đẹp vĩnh cửu giữa phai tàn.

So sánh với Đỗ Trọng Khơi, ta thấy một nhịp đồng điệu kỳ lạ. Nếu Olga dùng mùa thu để giữ lại niềm tin cho cả thành phố, thì Khơi chọn mùa thu để giữ lại niềm tin cho chính mình, một thi sĩ nằm trên giường bệnh. Nếu mùa thu Nga vàng rực trong khói lửa chiến tranh, thì mùa thu thôn Trăng của Khơi vàng ấm trong khói lam chiều và trong nụ cười thôn nữ.

Cả hai đều chung một khát vọng, đó là tìm trong cái mong manh của mùa thu một dấu hiệu của sự bất tử. Đằng sau lá vàng rơi là ánh sáng nhân sinh, đằng sau buồn đẹp là sức mạnh tinh thần.

Cuộc đời Đỗ Trọng Khơi là minh chứng cho một sự thật: Thân thể có thể bị giới hạn, nhưng tinh thần thì không. Anh đã biến nỗi đau thành nguồn năng lượng, biến mùa thu thành tri kỷ, biến thơ ca thành con đường đi tìm "dấu chân vĩnh hằng".

Hai bài thơ "Ghi ở thôn Trăng" và "Đêm thu" không chỉ là những khúc nhạc thu buồn đẹp, mà còn là lời tự sự về một kiếp người kiên cường. Đọc chúng, ta vừa thấy xao xuyến bởi sắc vàng mùa thu, vừa thấy ấm áp bởi nghị lực sống của một thi sĩ.

Và có lẽ, khi mùa thu về, ta sẽ nhớ đến Khơi như nhớ một người bạn đã chọn mùa thu làm ngôi nhà tinh thần của mình. Trong nỗi buồn của lá vàng, ta vẫn thấy nụ cười lộc mùa vui. Trong dự cảm rơi rụng, ta vẫn thấy trái chín viên thành. Và trong cõi hữu hạn của đời người, ta vẫn thấy một dấu chân vĩnh hằng mang tên Đỗ Trọng Khơi.

30/9/2025

LTB

Đỗ Trọng Khơi và mùa thu: Mạch nguồn bất tận của thi ca Việt

LÊ THỌ BÌNH

(Tôi hân hạnh nhận được bản thảo tập thơ "Ở thôn Trăng"- Tuyển thơ Mùa thu gồm 42 bài của Đỗ Trọng Khơi từ Thái Bình (cũ) với lời nhắn "Bác đọc thêm em chút cho vui nhé. Trân trọng trước tấm lòng anh, tôi đọc một mạch và mạo muội có đôi lời về tập thơ này)

Trong lịch sử văn chương Việt Nam, mùa thu từ lâu đã trở thành một thi ảnh bất tận. Đó là mùa của sự chuyển giao, của rơi rụng, của cái đẹp mong manh nhưng lấp lánh. Nguyễn Khuyến với chùm "Thu điếu, Thu ẩm, Thu vịnh" đã để lại những áng thơ đi cùng năm tháng: "Ao thu lạnh lẽo nước trong veo / Một chiếc thuyền câu bé tẻo teo".

Hình ảnh quê nhà, ao thu, lá vàng, ngõ trúc trở thành biểu tượng của vẻ đẹp thanh sơ. Đến Xuân Diệu, thu không còn là sự tĩnh lặng mà trở thành nỗi buồn tiếc nuối, một bản nhạc bi thiết về thời gian: "Rặng liễu đìu hiu đứng chịu tang / Tóc buồn buông xuống lệ ngàn hàng". Hàn Mặc Tử, Lưu Trọng Lư lại đem đến một mùa thu nhuốm màu siêu thực, có tiếng nai rừng, có nỗi khắc khoải vĩnh hằng.

Trong mạch nguồn ấy, Đỗ Trọng Khơi góp thêm một tiếng nói rất riêng. Ông đến với mùa thu không chỉ như một cảnh sắc thiên nhiên, mà còn như một người bạn tri kỷ. Khác với Nguyễn Khuyến nhìn thu từ bờ ao, Xuân Diệu nhìn thu từ trái tim si tình, Đỗ Trọng Khơi nhìn thu từ chiếc giường bệnh, nơi ông phải gắn bó gần như cả cuộc đời. Chính hoàn cảnh đặc biệt ấy đã khiến mùa thu trong thơ ông vừa thân thuộc vừa xa xăm, vừa là cảnh quan cụ thể vừa là tấm gương phản chiếu số phận con người hữu hạn.

Cái hay, cái đẹp của mùa thu trong thơ Đỗ Trọng Khơi:

Trong Lời ngỏ của tập thơ, ông viết: "Phải là Thu mang một vết thương sắc màu giống như kẻ trọng bệnh là tôi? Thu mong manh, quá đỗi mong manh. Nhưng sự minh bạch, quyết liệt của phẩm chất Thu cũng không gì sánh nổi."

Đây không chỉ là tâm sự riêng tư mà còn là chìa khóa mở vào thế giới thơ Khơi. Với ông, thu là ẩn dụ cho chính cuộc đời mình: một kiếp người mảnh dẻ, dễ tan vỡ nhưng vẫn sáng rõ, minh triết. Vì thế, những bài thơ mùa thu trong tập Ở thôn Trăng luôn ẩn chứa sự đồng vọng giữa cảnh và người.

Trong "Ghi ở thôn Trăng": Bài thơ mở ra một không gian mộng ảo:

"Chẳng làm gì khác hơn là im lặng
buổi chiều nay trăng sắp cất đi rồi
một đôi mắt một cặp môi vằng vặc
đành giấu bặt lời vào phăng phắc thôi."

Sự im lặng ở đây không phải là trống rỗng, mà là sự lắng đọng trước một vẻ đẹp mong manh khó nắm giữ. Cái "phăng phắc" gợi một nỗi khốc liệt: cái đẹp nhiều khi chỉ có thể chiêm ngưỡng trong tĩnh lặng, không thể nói ra.

Khổ thơ sau, cảnh quê hiện ra:

"Nước se lạnh dải đồng vàng lững thững
chim dỗ mùa bay lệch hướng sông trôi
một ít nắng rất nhiều trăng và gió
khói trắng dâng hồn quê kiễng ngang trời."

Cảnh thu không chỉ là thiên nhiên, mà gắn liền với đời sống nông thôn, với khói lam chiều, với nụ cười thôn nữ. Chính hình ảnh "mẹ gánh ngày đi sắp đặt tháng Mười" cho thấy mùa thu trong thơ Khơi luôn có sự gắn kết với con người, lao động và ký ức làng quê. Cái đẹp ấy vừa thanh khiết vừa ấm áp, khiến mùa thu của ông trở thành "mùa thu nhân sinh", chứ không chỉ là phong cảnh hữu tình.

Nếu "Ghi ở thôn Trăng" thiên về tạo hình, thì "Đêm thu" lại đi sâu vào triết lý:

"Lá có vàng đêm thu nay không
tiếng chim đồng ăn đêm kêu sương
heo may bay chầm chậm trên đường."

Một loạt câu hỏi không lời đáp. Thu hiện ra qua lá, chim, gió heo may, nhưng quan trọng hơn, qua sự mơ hồ của tâm trạng. Người viết như đang đối thoại với chính mình: mùa có đổi thay, hay lòng người đang đổi thay?

Khổ sau mở ra cảnh trăng, mây, lúa:

"Trăng vẫn trăng vàng hơn trong thu
mây vẫn mây dẫu sương buông mờ
mùa đã sang lúa hương thơm tho."

Thiên nhiên vẫn trọn vẹn, nhưng con người thì ngậm ngùi:

"Người về đâu tuổi người trăm năm
mộng trần gian con đường xa xăm
người tìm người dấu chân vĩnh hằng."

Ở đây, mùa thu trở thành ẩn dụ cho kiếp người hữu hạn. Trong cái phai tàn, thi sĩ vẫn hướng về dấu chân bất tử, một khát vọng sống, khát vọng lưu dấu.

Còn trong "Lập đông", Đỗ Trọng Khơi không dừng lại ở nỗi buồn lá rụng mà mở rộng sang dự cảm chia ly:

"Dăm hôm nữa tiết lập đông
hai mùa một niềm da diết
hàng cây rộm màu chia biệt
chiếc lá biếc lên ngập ngừng."

Cái "ngập ngừng" chính là tâm trạng con người trước chia biệt: muốn níu giữ nhưng biết là không thể. Cao trào là điệp khúc:

"Ngày mai ngày mai ngày mai
ai còn thấy ai làm bạn?"

Điệp ngữ "ngày mai" như tiếng gõ định mệnh, nhấn mạnh sự mong manh của kiếp người. Đây là một trong những bài thơ đạt đến chiều sâu triết lý nhất trong tập.

Bài thơ khẳng định quan niệm của Khơi về cái đẹp mùa thu:

"Trong thu tôi thấy mình rực rỡ
và thấy tôi khe khẽ lụi tàn
như cách lá lụi tàn rất đẹp
thu đó mà, cái đẹp mong mang!"

Cái đẹp của mùa thu là cái đẹp trong sự phai tàn. Sắc vàng rực rỡ không che giấu được quy luật rơi rụng, nhưng chính điều đó tạo nên vẻ đẹp mong manh, khiến con người biết nâng niu từng khoảnh khắc. Đây là một triết lý thẩm mỹ nhất quán trong thơ Khơi.

Dù luôn buồn, thơ Khơi không sa vào bi lụy. Ngược lại, cái buồn trở thành động lực để nâng con người lên tầng sâu chiêm nghiệm.

Những vấn đề cần trau chuốt và mài dũa:

Tuy nhiên, trong tập thơ này còn không ít vấn đề mà tác giả cần trau chuôt kỹ hơn.

Trong tập "Ở thôn Trăng"nhiều bài thơ xoay quanh trăng, sương, heo may, lá vàng. Dù đây là đặc trưng của mùa thu, nhưng sự lặp lại dễ gây cảm giác đơn điệu. Nếu biết tiết chế, chọn lọc, hoặc làm giàu thêm bằng liên tưởng bất ngờ, thơ sẽ tạo ra dấu ấn mạnh mẽ hơn.

Một số bài, như "Mùa thu" (so sánh mùa thu với người phụ nữ nhan sắc lộng lẫy đang nhạt phai), có đoạn kéo dài, làm giảm tính gợi mà tăng tính kể. Thơ cần độ lặng, khoảng trống để người đọc cùng suy tưởng.

Phần lớn thơ Khơi trung thành với nhịp ngắn, vần nhẹ. Điều này tạo sự an toàn nhưng đôi khi kìm hãm cảm xúc. Nếu mạnh dạn thử nghiệm với thể tự do, ngắt nhịp bất định, có thể sẽ khơi dậy sức bật mới, tương xứng với mạch cảm xúc dồn dập mà ông mang trong lòng.

Cái buồn đẹp là đặc trưng của thơ Khơi, nhưng nếu quá thiên về u sầu, tập thơ có nguy cơ đơn điệu. Những bài như "Nhớ quê" hay "Cái đẹp mong mang" đã cho thấy khả năng hướng ra phía tươi sáng, hy vọng. Nếu khai thác thêm hướng này, thơ ông sẽ có biên độ rộng hơn, cân bằng giữa bi cảm và lạc quan.

Nói thế không làm giảm đi giá trị nghệ thuật của tập thơ. Điều làm nên giá trị đặc biệt của thơ Đỗ Trọng Khơi không chỉ là kỹ thuật hay tứ thơ, mà còn là xuất phát điểm sáng tạo. Một thân phận bị buộc phải gắn bó với giường bệnh từ nhỏ, nhưng ông đã không đầu hàng. Thơ với ông không chỉ là nghệ thuật mà là phương cách để thở, để tồn tại, để khẳng định mình.

Ông từng hỏi: "Tôi yêu mùa thu, phải vì thu có nét giống như người trọng bệnh là tôi?", câu hỏi ấy vừa là lời tự thú vừa là một triết lý sống. Mùa thu, mùa của phai tàn nhưng cũng là mùa của sắc vàng rực rỡ, của trái chín viên mãn, đã trở thành người bạn đồng hành cùng ông trong suốt hành trình sáng tác.

Từ "cõi giới hạn" ấy, ông mở ra "cõi vô hạn" của thi ca. Thơ giúp ông vượt qua bệnh tật, vượt lên nỗi buồn, biến mùa thu thành tri kỷ, biến nỗi đau thành năng lượng sáng tạo. Cũng giống như Olga Berggolts biến mùa thu thành chứng nhân của niềm tin giữa chiến tranh, Đỗ Trọng Khơi biến mùa thu thành chỗ dựa tinh thần trong bệnh tật.

Tập "Ở thôn Trăng" của Đỗ Trọng Khơi cho thấy một thế giới mùa thu vừa quen thuộc vừa độc đáo. Ông biến mùa thu thành bức gương soi phận người, biến nỗi buồn thành vẻ đẹp, biến giới hạn thân phận thành cõi vô hạn thi ca.

Cái hay của thơ ông là sự đồng cảm giữa mùa thu và con người, là âm hưởng buồn đẹp nhưng không bi lụy, là triết lý nhân sinh toát ra từ từng chiếc lá vàng, từng làn sương mỏng. Những điểm cần mài dũa, sự lặp lại hình ảnh, sự kể lể, sự thiếu thử nghiệm, nếu được khắc phục, chắc chắn sẽ đưa thơ Khơi tiến xa hơn, sắc sảo và đa dạng hơn.

Nhưng ngay cả trong hiện tại, từ chiếc giường bệnh, một thi sĩ đã làm nên những vần thu xao xuyến lòng người. Và có lẽ, mỗi độ thu về, ta sẽ nhớ đến Đỗ Trọng Khơi như nhớ một người bạn đã chọn mùa thu làm ngôi nhà tinh thần, nơi cái đẹp mong manh trở thành vĩnh hằng.

MỤC LỤC

www.ingramcontent.com/pod-product-compliance
Lightning Source LLC
LaVergne TN
LVHW060300051026
849517LV00003B/881